ROOHANIYAT

روحانیت

By~ Muskan Rajput

ਲੇਖਕ ਦੀ ਜਾਣ - ਪਛਾਣ

ਇਹ ਕਹਾਣੀ ਮੁਸਕਾਨ ਰਾਜਪੂਤ ਤੇ ਦਿਸ਼ਾ ਸ਼ਰਮਾ ਦੀ ਲਿਖੀ ਹੋਈ ਹੈ। ਜਿਹਨਾਂ ਵਿੱਚੋ ਮੁਸਕਾਨ ਦਾ ਜਨਮ 9 ਜੂਨ 2004 ਵਿਚ ਅਤੇ ਦਿਸ਼ਾ ਦਾ ਜਨਮ 13 ਜੁਲਾਈ 2006 ਵਿੱਚ ਹੋਇਆ ਹੈ। ਮੁਸਕਾਨ ਦੇ ਮਾਤਾ ਜੀ ਦਾ ਨਾਮ ਸ਼੍ਰੀ ਰੇਨੂੰ ਰਾਣੀ ਅਤੇ ਪਿਤਾ ਜੀ ਦਾ ਨਾਮ ਸ਼੍ਰੀ ਹਰਮੇਸ਼ ਕੁਮਾਰ ਹੈ। ਦਿਸ਼ਾ ਦੀ ਮਾਤਾ ਜੀ ਦਾ ਨਾਮ ਸ਼੍ਰੀ ਪੂਜਾ ਸ਼ਰਮਾ ਅਤੇ ਪਿਤਾ ਜੀ ਦਾ ਨਾਮ ਸ਼੍ਰੀ ਅਸ਼ੋਕ ਕੁਮਾਰ ਹੈ। ਇਹ ਕਿਤਾਬ ਦੋਨਾਂ ਦੋਸਤਾਂ ਨੇ 18 ਤੇ 20 ਸਾਲਾਂ ਦੀ ਉਮਰ ਵਿੱਚ ਲਿਖੀ ਹੈ।

ਹਲੇ ਜ਼ੋਇਆ! ਕਿਵੇਂ ਆ? ਮੈਂ ਤੈਨੂੰ ਰੋਜ਼ ਦੇਖਦੀ ਆ ਤੂੰ ਏ ਡਾਇਰੀ ਚ ਕੀ ਲਿਖਦੀ ਰਹਿੰਦੀ ਆ। ਮੈਂ ਰੋਜ਼ ਸੋਚਦੀ ਆ ਤੇਰੇ ਤੋਂ ਪੁੱਛਣ ਦੀ ਪਰ ਮੈਂ ਭੁੱਲ ਜਾਂਦੀ ਆ। ਦਿਸ਼ਾ ਯਾਰ ਮੈਂ ਨਾ ਜੋ ਵੀ ਮੇਰੇ ਨਾਲ ਹੋਇਆ ਯਾ ਕੋਈ ਵੀ ਅਜਿਹੀ ਗੱਲ ਜੋ ਮੇਰੇ ਦਿਲ ਤੇ ਲੱਗੀ ਐ ਮੈਂ ਓ ਸਬ ਆਪਣੀ ਡਾਇਰੀ ਵਿੱਚ ਲਿਖਦੀ ਆ। ਪਰ ਮੈਨੂੰ ਨਹੀਂ ਪਸੰਦ ਕੋਈ ਇਸਨੂੰ ਦੇਖੇ ਯਾ ਪੜ੍ਹੇ। ਫ਼ੇਰ ਚਾਹੇਂ ਉਹ ਕੋਈ ਵੀ ਕਿਉਂ ਨਾ ਹੋ।

ਅੱਛਾ ਚਲ਼ ਕੋਈ ਨਹੀਂ ਜ਼ੋਇਆ ਤੂੰ ਆਪਣੀ ਡਾਇਰੀ ਵਿੱਚ ਬਿਜ਼ੀ ਰਹਿ, ਆਪਾ ਫ਼ੇਰ ਮਿਲ਼ਦੇ ਆ। ਮੁਸਕਾਨ ਯਾਰ ਤੈਨੂੰ ਪਤਾ ਇਹ ਜ਼ੋਇਆ ਆਪਣੀ ਡਾਇਰੀ ਚ ਪਤਾ ਨਹੀਂ ਅਹਿਜਾ ਕੀ ਲਿਖਦੀ ਰਹਿੰਦੀ ਐ ਪਰ ਓ ਕਿਸੇ ਨੂੰ

ਨੀ ਦਿਖਾਉਂਦਾ ਨਾ ਹੀ ਪੜ੍ਹਨ ਦਿੰਦੀ ਆ। ਯਾਰ ਆਪਾ ਦੇਖਿਏ ਵੀ ਅਹਿਜਾ ਕੀ ਇਹਦੀ ਡਾਇਰੀ ਚ? ਚਲ ਠੀਕ ਆ ਦਿਸ਼ਾ, ਆਪਾ ਚੱਲਦੇ ਆ ਪਰ ਡਾਇਰੀ ਤੂੰ ਕੱਢ ਲੀ ਤੇ ਮੈਂ ਓਹਨੂੰ ਗੱਲਾਂ ਚ ਲਾ ਲੂ ਠੀਕ ਆ। ਓਏ ਆਜਾ ਮਿਲਗੀ ਡਾਇਰੀ ਚਲ ਆਜਾ ਪੜ੍ਹਦੇ ਆ। ਅੱਜ ਦੇਖਦੇ ਆ ਇਹਜਾ ਵੀ ਕੀ ਹੋਇਆ ਇਹਦੇ ਨਾਲ ਜੋ ਇਹਦੀ ਡਾਇਰੀ ਇਹਨੂੰ ਐੱਨੀ ਖਾਸ ਆ।

{ਡਾਇਰੀ}

" ਜਿਆਦਾ ਨੀ 5-6 ਸਾਲ਼ ਦੀ ਆ,
ਸੱਚੀ ਕਿਸਮਤ ਬੇਕਾਰ ਦੀ ਆ,
ਲੋਕੀ ਕਹਿੰਦੇ ਕਿਸਮਤ ਹੱਸਦੀ ਬਹੁਤ ਐ,
ਕੀ ਦੱਸਾਂ, ਦੁੱਖ ਕੀ-ਕੀ ਦਿਲ ਚ ਰੱਖਦੀ ਆ,
ਤਾਂਹੀ ਕਿਸਮਤ ਹੱਸਦੀ ਆ।

ਇੱਕ ਰਾਤ 10 ਵੱਜੇ ਸੀ ।
ਮੇਰੀ ਮਾਂ ਮੈਨੂੰ ਕਹਿਣ ਲੱਗੀ
ਵੀ ਤੈਨੂੰ ਖਿਲੋਣਾ ਚਾਹੀਦਾ ਇਹ?
ਮੈਂ ਕਿਹਾ ਹਾਂ । ਮੇਰੇ ਪਾਪਾ
ਅੰਦਰ ਪਏ ਸੀ । ਪਾਪਾ ਨੇ
ਸ਼ਰਾਬ ਪਿੱਤੀ ਹੋਈ ਸੀ । ਮੇਰੀ
ਮੰਮੀ ਨੇ ਮੈਨੂੰ ਕਿਹਾ ਵੀ ਆਪਣੇ
ਪਾਪਾ ਨੂੰ ਜਕੇ ਕਹਿ ਵੀ ਤੂੰ
ਖਿਲੋਣਾ ਲੈਣਾ ਏਹ । ਮੈਂ ਜਾਕੇ
ਪਾਪਾ ਨੂੰ ਕਿਹਾ ਪਰ ਪਾਪਾ
ਕਹਿੰਦੇ ਵੀ ਤੂੰ ਆਪ ਹੀ ਮੰਮੀ
ਨਾਲ ਜਾਕੇ ਲੈ ਆ ।ਮੈਂ ਆਪਣੀ
ਮੰਮੀ ਨਾਲ ਬਾਜ਼ਾਰ ਚਲੀ ਗਈ
ਪਰ ਬਾਜ਼ਾਰ ਬੰਦ ਹੋ ਚੁਕਿਆ
ਸੀ ।ਅਚਾਨਕ ਉੱਥੇ ਇੱਕ ਗੱਡੀ

ਆ ਕੇ ਰੁਕ ਗੀ । ਮੇਰੀ ਮੰਮੀ ਮੈਨੂੰ ਉਸ ਗੱਡੀ ਕੋਲ ਲੈਕੇ ਗਈ । ਉਸ ਵਿਚੋਂ ਇੱਕ ਅੰਕਲ ਨਿਕਲੇ, ਓਹਨਾ ਨੇ ਮੈਨੂੰ ਪਿਆਰ ਕਰਿਆ ਤੇ ਮੈਨੂੰ ਖਿਲੋਣਾ ਵੀ ਦਿੱਤਾ । ਮੈਂ ਖਿਲੋਣਾ ਦੇਖ ਕੇ ਬਹੁਤ ਖੁਸ਼ ਹੋਈ ਪਰ ਮੇਰੀ ਮੰਮੀ ਉਹਦੇ ਨਾਲ ਗੱਡੀ ਵਿੱਚ ਜਾ ਕੇ ਬੈਠ ਗਈ ।ਮੈਂ ਬਾਹਰ ਹੀ ਖੜੀ ਰਹੀ । ਥੋੜ੍ਹੇ ਟਾਈਮ ਬਾਅਦ ਮੇਰੀ ਮੰਮੀ ਰੋਂਦੀ ਹੋਈ ਗੱਡੀ ਵਿੱਚੋ ਬਾਹਰ ਆਈ ।ਮੈਨੂੰ ਕੁੱਝ ਸਮਝ ਨੀ ਆਇਆ । ਮੈਂ ਮੰਮੀ ਨੂੰ ਪੁੱਛਿਆ ਵੀ ਤੁਸੀਂ ਰੋ ਕਿਓਂ ਰਹੇ ਹੋ?

ਮੰਮੀ ਨੇ ਹੱਸ ਕੇ ਕਿਹਾ ਵੀ
ਅੰਕਲ ਕਹਿ ਰਹੇ ਸੀ ਵੀ
ਕਿਸਮਤ ਨੂੰ ਆਪਣੇ ਨਾਲ ਲੈਕੇ
ਜਾਣਾ ਏਹ । ਮੈਂ ਕਿਹਾ ਵੀ ਮੈਂ
ਨੀ ਜਾਣਾ ਕਿਤੇ । ਮੰਮੀ ਕਹਿੰਦੇ
ਵੀ ਨਾ ਜਾਈ ਪਰ ਹੁਣ ਘਰ
ਤਾ ਚਲ ਤੇ ਆਪਣੇ ਪਾਪਾ ਨੂੰ
ਕੁੱਛ ਨਾ ਦੱਸੀ ਨਹੀਂ ਤਾ ਓ
ਅੰਕਲ ਨੇ ਲੈ ਜਾਣਾ ਤੈਨੂੰ ।ਮੈਂ
ਮੰਮੀ ਦੀ ਗੱਲ ਮੰਨ ਕੇ ਪਾਪਾ
ਨੂੰ ਕੁੱਜ ਵੀ ਨਹੀਂ ਸੀ ਦੱਸਿਆ
। ਉਸ ਰਾਤ ਤੋਂ ਬਾਅਦ ਏਹ
ਸਬ ਹਰ ਰੋਜ਼ ਹੋਣ ਲੱਗ ਗਿਆ
। ਰੋਜ਼ ਰਾਤ ਨੂੰ ਮੇਰੀ ਮੰਮੀ
ਖਿਲੋਣਾ ਦਵਾਉਣ ਲਈ

ਲੈਕੇ ਜਾਇਆ ਕਰਦੀ, ਇੱਕ ਅੰਕਲ ਗੱਡੀ ਚੋ ਉਤਰਦਾ, ਮੈਨੂੰ ਪਿਆਰ ਕਰਦਾ, ਖਿਲੋਣਾ ਦਿੰਦਾ, ਮੈਂ ਬਾਹਰ ਖੜੀ ਰਹਿ ਜਾਂਦੀ ਤੇ ਮੰਮੀ ਮੇਰੀ ਰੋਜ਼ ਗੱਡੀ ਵਿੱਚੋ ਰੋ ਕੇ ਬਾਹਰ ਆਉਂਦੀ । ਮੈਨੂੰ ਕੁੱਝ ਵੀ ਸਮਝ ਨਹੀਂ ਸੀ ਆਉਂਦਾ ਪਰ ਆਹੀ ਸਬ ਚੱਲਦਾ ਰਿਹਾ ।

ਇੱਕ ਦਿਨ ਮੰਮੀ ਘਰ ਨਹੀਂ ਸੀ । ਮੈਂ ਗਿਰ ਗਈ ਤੇ ਰੋਣ ਲੱਗ ਪਈ । ਪਾਪਾ ਮੈਨੂੰ ਕਹਿੰਦੇ ਵੀ ਅੱਛੇ ਬੱਚੇ ਰੋਇਆ ਨਹੀਂ ਕਰਦੇ । ਰੋਂਦੇ ਤਾ ਗੰਦੇ ਬੱਚੇ ਆ । ਮੈਂ ਕਿਹਾ ਵੀ ਫੇਰ ਤਾ ਮੰਮੀ

ਵੀ ਰੋਂਦੇ ਆ, ਰੋਜ਼ ਰੋਂਦੇ ਆ । ਪਾਪਾ ਨੇ ਕਿਹਾ ਨਹੀਂ ਤੇਰੀ ਮੰਮੀ ਨਹੀਂ ਰੋਂਦੀ, ਓ ਕਿਓਂ ਰੋਊਗੀ? ਮੈਂ ਕਿਹਾ ਪਾਪਾ ਵੀ ਮੰਮੀ ਮੈਨੂੰ ਰਾਤ ਨੂੰ ਜਦ ਬਾਜ਼ਾਰ ਲੈਕੇ ਜਾਂਦੀ ਆ ਤਾ ਇੱਕ ਗੱਡੀ ਚ ਬੈਠਦੀ ਆ ਤੇ ਥੋੜ੍ਹੇ ਟਾਈਮ ਬਾਅਦ ਰੋ ਕੇ ਬਾਹਰ ਨਿਕਲਦੀ ਆ ।ਪਾਪਾ ਕਹਿੰਦੇ ਵੀ ਤੂੰ ਆਪਣੀ ਮੰਮੀ ਨੂੰ ਨਾ ਦੱਸੀ ਵੀ ਤੂੰ ਪਾਪਾ ਨੂੰ ਦਸਿਆ ਏ ਵੀ ਮੰਮੀ ਰੋਂਦੀ ਆ ।ਮੈਂ ਕਿਹਾ ਠੀਕ ਆ । ਫੇਰ ਰਾਤ ਹੋਈ । ਮੈਂ ਤੇ ਮੰਮੀ ਬਾਜ਼ਾਰ ਗਏ । ਪਰ ਉਸ ਦਿਨ ਪਾਪਾ ਵੀ ਸਾਡੇ ਪਿੱਛੇ ਸੀ ।

ਮੰਮੀ ਜਦੋਂ ਘਰ ਵਾਪਸ ਆਏ ਤਾਂ ਪਾਪਾ ਨੇ ਮੰਮੀ ਨੂੰ ਦੇਖਦੇ ਹੀ ਬਹੁਤ ਮਾਰਿਆ। ਮੰਮੀ ਪਾਪਾ ਦੀ ਬਹੁਤ ਲੜਾਈ ਹੋਈ। ਉਸ ਦਿਨ ਮਾਰ ਪੀਟ ਐਨੀ ਵੱਧ ਗਈ ਕੀ ਫੇਰ ਮੁੜ੍ਹਕੇ ਕੁਝ ਠੀਕ ਹੋਣ ਦਾ ਸਵਾਲ ਹੀ ਨਹੀਂ ਸੀ। ਮੇਰੇ ਪਾਪਾ ਸਾਨੂੰ ਹਮੇਸ਼ਾ ਲਈ ਛੱਡ ਕੇ ਚਲੇ ਗਏ। ਮੇਰੀ ਦਾਦੀ ਨੇ ਵੀ ਸਾਨੂੰ ਘਰ ਤੋਂ ਕੱਢ ਤਾ।

ਜਦ ਬਾਪ ਮੇਰਾ ਮੈਨੂ ਛੱਡ ਕੇ ਗਿਆ,
ਮੈਂ 5-6 ਸਾਲ ਦੀ ਸੀ।
ਬਚਪਨ ਮੇਰਾ, ਜਵਾਜੀ ਮੇਰੀ ਮਾਂ ਦੀ ਸੀ।
ਕੇ ਜਦ ਬਾਪ ਮੇਰਾ ਮੈਨੂ ਛੱਡ ਕੇ ਗਿਆ,
ਮੈਂ ਬਸ 5-6 ਸਾਲ ਦੀ ਸੀ।

ਮੇਰੀ ਮਾਂ ਤੇ ਮੈਂ ਇੱਕ ਅਹਿਜੇ
ਮੋੜ ਤੇ ਆ ਖੜ੍ਹੇ ਸੀ ਜਿੱਥੇ ਤੋਂ
ਅੱਗੇ ਦੀ ਕੋਈ ਮੰਜ਼ਿਲ ਨਹੀਂ
ਸੀ ਨਜ਼ਰ ਆਉਂਦੀ। ਸਾਡੀ ਇੱਕ
ਅਹਿਜਿ ਜ਼ਿੰਦਗੀ ਸ਼ੁਰੂ ਹੋਈ
ਜਿਹੜਾ ਕੋਈ ਸੁਪਨੇ ਵਿੱਚ ਵੀ
ਦੇਖਣਾ ਨਹੀਂ ਪਸੰਦ ਕਰਦਾ।
ਮੇਰੀ ਮਾਂ ਲੋਕਾਂ ਦੇ ਘਰ ਜਾ -
ਜਾ ਕੇ ਕੰਮ ਕਰਨ ਲੱਗ ਗਈ।
ਉਸ ਇੱਕ ਰਾਤ ਨੇ ਮੇਰੀ
ਜ਼ਿੰਦਗੀ ਬਦਲ ਕੇ ਰੱਖ ਦਿੱਤੀ।
ਮੈਨੂੰ ਨਹੀਂ ਪਤਾ ਸੀ ਵੀ ਉਸ
ਰਾਤ ਤੋਂ ਬਾਅਦ ਮੇਰੇ ਲਈ ਕਦੇ
ਸਵੇਰਾ ਚੜ੍ਹਨਾ ਹੀ ਨਹੀਂ। ਮੇਰੀ
ਮਾਂ ਸਾਰਾ ਦਿਨ ਕੰਮ ਕਰਦੀ ਤੇ
ਸ਼ਾਮ ਨੂੰ ਮੇਰੇ ਪਾਪਾ ਨੂੰ ਗਲੀ
- ਗਲੀ ਲੱਭਣ ਜਾਂਦੀ। ਹਾਲਾਤ
ਅਹਿਜੇ ਹੋ ਗਏ ਸੀ ਵੀ ਸਾਡਾ
ਟਿੱਢ ਗੁਰੂਘਰ

ਦੀ ਰੋਟੀ ਨਾਲ ਭਰਦਾ। ਨੰਗੇ ਪੈਰੀਂ ਘਰ ਤੋਂ ਗੁਰੂਘਰ ਮੈਂ ਰੋਟੀ ਲੈਕੇ ਆਉਂਦੀ ਤੇ ਸਾਡਾ ਗੁਜ਼ਾਰਾ ਹੁੰਦਾ। ਬਸ ਏਹੀ ਸਬ ਰਹਿ ਗਿਆ ਸੀ ਮੇਰੀ ਜ਼ਿੰਦਗੀ ਵਿਚ। ਇੱਕ ਦਿਨ ਸ਼ਾਮ ਨੂੰ ਮੇਰੀ ਮੰਮੀ ਪਾਪਾ ਨੂੰ ਲੱਬਦੇ ਹੋਏ ਇੱਕ ਅੰਕਲ ਦੀ ਦੁਕਾਨ ਤੇ ਜਾ ਪਹੁੰਚੀ। ਉਨ੍ਹਾਂ ਅੰਕਲ ਨੂੰ ਪਤਾ ਸੀ ਵੀ ਮੇਰੇ ਪਾਪਾ ਕਿੱਥੇ ਆ ਤੇ ਉਨ੍ਹਾਂ ਨੇ ਮੇਰੇ ਪਾਪਾ ਦਾ ਪਤਾ ਮੰਮੀ ਨੂੰ ਦਸ ਤਾ। ਮੇਰੀ ਮੰਮੀ ਉਸ ਸ਼ਾਮ ਘਰ ਮੇਰੇ ਪਾਪਾ ਨੂੰ ਨਾਲ਼ ਲੈਕੇ ਆਈ। ਮੈਂ ਪਾਪਾ ਨੂੰ ਦੇਖ ਕੇ ਬਹੁਤ ਖੁਸ਼ ਹੋਈ ਤੇ ਰੋਈ ਵੀ ਓ ਕਿਉਂ ਚਲੇ ਗਏ ਸੀ। ਫੇਰ ਤੋਂ ਸਾਡੀ ਜ਼ਿੰਦਗੀ ਸਹਿ ਚੱਲਣ ਲੱਗ ਗਈ।

ਇੱਕ ਦਿਨ ਅਸ਼ੋਕ ਅੰਕਲ ਸਾਡੇ ਘਰ ਆਏ। ਗੱਲਾਂ - ਗੱਲਾਂ ' ਚ ਮੇਰੇ ਪਾਪਾ ਤੇ ਅਸ਼ੋਕ ਅੰਕਲ ਦੀ ਲੜਾਈ ਹੋ ਗਈ। ਲੜਾਈ ਐਨੀ ਜ਼ਿਆਦਾ ਵੱਧ ਗਈ ਕੀ ਮੇਰੇ ਪਾਪਾ ਨੇ ਮੰਮੀ ਨੂੰ ਬਹੁਤ ਗ਼ਲਤ ਬੋਲਿਆ। ਮੇਰੀ ਮਾਂ ਤੋਂ ਓ ਸਬ ਸਹਿਣ ਨਹੀਂ ਹੋਇਆ ਇਸ ਲਈ ਮੇਰੀ ਮਾਂ ਦੇ ਮੂੰਹੋਂ ਅਹਿਜਾ ਸੱਚ ਨਿਕਲ ਗਿਆ ਜਿਸ ਤੋਂ ਬਾਅਦ ਤਾਂ ਜਿੱਦਾਂ ਸਾਰੀ ਲੜਾਈ ਹੀ ਖਤਮ ਹੋ ਗਈ। ਮੇਰੀ ਮੰਮੀ ਨੇ ਦੱਸਿਆ ਵੀ ਅਸ਼ੋਕ ਅੰਕਲ ਹੋਰ ਕੋਈ ਨਹੀਂ ਮੇਰਾ ਅਸਲੀ ਬਾਪ ਹੈ ਜਿਨ੍ਹਾਂ ਦੇ ਘਰ ਮੇਰਾ ਜਨਮ ਹੋਇਆ ਸੀ। ਓ ਬਾਪ ਜਿਸ ਨੂੰ ਕੁੜੀ ਨਹੀਂ ਚਾਹੀਦੀ ਸੀ।

ਇਥੇ ਮੇਰੀ ਮੰਮੀ ਨੇ ਇੱਕ ਮੁੰਡੇ ਨੂੰ ਜਨਮ ਦਿੱਤਾ ਪਰ ਓ ਮੁੰਡਾ ਪੈਦਾ ਹੁੰਦੇ ਹੀ ਮਰ ਗਿਆ ਸੀ। ਮੇਰੀ ਮਾਂ ਨੇ ਅੰਕਲ ਨੂੰ ਕਿਹਾ ਵੀ ਮੈਨੂੰ ਤੁਸੀਂ ਆਪਣੀ ਕੁੜੀ ਦੇ ਦੋ, ਇਹਦੇ ਬਦਲੇ ' ਚ ਮੈਂ ਤੁਹਾਨੂੰ 8 ਲੱਖ ਦੇਣ ਨੂੰ ਤਿਆਰ ਆ। ਮੇਰੇ ਬਾਪ ਨੇ ਮੈਨੂੰ 8 ਲੱਖ ਵਿੱਚ ਵੇਚ ਦਿੱਤਾ। ਇੱਕ ਸਮਾਨ ਦੀ ਤਰ੍ਹਾ ਮੇਰਾ ਸਉਦਾ ਕਿੱਤਾ ਗਿਆ। ਮੇਰਾ ਬਾਪ ਇਸ ਸੱਚ ਤੋਂ ਬਾਅਦ ਬਿਲਕੁਲ ਬਦਲ ਗਿਆ।

ਮੈਨੂੰ ਛੱਡਿਆ ਅਪਣਿਆ ਨੇ,
ਅਪਣਾਇਆ ਬੇਗਾਨਿਆ ਨੇ।
ਕੇ ਜਿਸ ਨੂੰ ਮੈਂ ਬਾਪ ਆਖਿਆ,
ਮੇਰੀ ਜ਼ਿੰਦਗੀ ਤੇ ਕਲੰਕ ਹੀ ਲਾਇਆ
ਉਨ੍ਹਾਂ ਨੇ।

ਜਿਸ ਬਾਪ ਨੂੰ ਮੈਂ ਐੰਨਾ ਮੰਨਿਆ, ਓਹੀ ਬਾਪ ਇਸ ਸੱਚ ਨੂੰ ਸੁਣਨ ਤੋਂ ਬਾਅਦ ਮੇਰੇ ਜਿਸਮ ਤੱਕ ਆ ਪੁਹੰਚਿਆ। ਜਦ ਮੇਰੀ ਮਾਂ ਰਾਤ ਨੂੰ ਸੋ ਜਾਂਦੀ, ਮੇਰਾ ਬਾਪ ਰੋਜ਼ ਰਾਤ ਨੂੰ ਮੇਰੇ ਕੋਲ ਆਉਂਦਾ ਤੇ ਮੇਰੇ ਨਾਲ ਸੋਇਆ ਕਰਦਾ ਸੀ। ਮੇਰਾ ਬਾਪ ਤਾਂ ਮੇਰਾ ਰਿਹਾ ਨੀ ਸੀ ਤੇ ਮੇਰੇ ਅਸਲੀ ਬਾਪ ਨੇ ਵੀ ਵੇਚ ਦਿੱਤਾ ਪਰ ਹੁਣ ਤਾਂ ਮੇਰਾ ਜਿਸਮ ਵੀ ਮੇਰਾ ਨਹੀਂ ਸੀ ਰਿਹਾ। ਮੈਂਨੂੰ ਨਫ਼ਰਤ ਹੋਗੀ ਸੀ ਮੇਰੇ ਖ਼ੁਦ ਦੇ ਜਿਸਮ ਤੋਂ। ਨਰਕ ਤੋਂ ਵੀ ਬੁਰੀ ਜ਼ਿੰਦਗੀ ਹੋ ਗਈ ਸੀ ਮੇਰੀ, ਪਰ ਫੇਰ ਵੀ ਮੈਂ ਆਪਣੀ ਮਾਂ ਨੂੰ ਕੁਝ ਨਹੀਂ ਦੱਸਿਆ ।

ਐਨਾ ਸਬ ਹੋਣ ਤੋਂ ਬਾਅਦ
ਬਿਲਕੁਲ ਟੁੱਟ ਚੁੱਕੀ ਸੀ ਮੈਂ।
ਉੱਮੀਦ ਵੀ ਨਹੀਂ ਸੀ ਵੀ ਮੇਰੀ
ਜ਼ਿੰਦਗੀ ਕਦੀ ਬਦਾਲੂਗੀ ਵੀ।
ਪਰ ਕਹਿੰਦੇ ਆ ਨਾ ਵੀ ਹਰ
ਕਾਲ਼ੀ ਰਾਤ ਤੋਂ ਬਾਅਦ ਸਵੇਰਾ
ਵੀ ਚੜ੍ਹਦਾ ਏਹ। ਮੇਰੀ ਜ਼ਿੰਦਗੀ
ਵੀ ਬਦਲੀ। ਮੈਨੂੰ ਸੁਕੂਨ ਮਿਲਨ
ਲੱਗ ਗਿਆ। ਇੱਕ ਅਰਮਾਨ
ਨਾਮ ਦਾ ਮੁੰਡਾ ਮੇਰੀ ਜ਼ਿੰਦਗੀ
ਚ ਆਇਆ। ਮੈਂ ਖੁਸ਼ ਰਹਿਣ
ਲੱਗ ਗਈ ਸੀ ਓਹਦੇ ਨਾਲ।
ਹੌਲ਼ੀ ਹੌਲ਼ੀ ਮੈਨੂੰ ਉਹਦੇ ਨਾਲ
ਸੁਕੂਨ ਮਿਲਨ ਲੱਗ ਗਿਆ ਸੀ।
ਓਹਨੂ ਵੀ ਪਿਆਰ ਹੋਣ ਲੱਗ
ਗਿਆ ਸੀ ਮੇਰੇ ਨਾਲ। ਅਸੀਂ
ਖੁਸ਼ ਸੀ। ਮੈਂ ਓਹਨੂ ਸਬ

ਦੱਸਿਆ, ਜਿਸਮ ਤੇ ਲੱਗੇ
ਨਿਸ਼ਾਨਾ ਬਾਰੇ, ਰੂਹ ਮੇਰੀ ਤੇ
ਪਏ ਦਾਗ਼ ਬਾਰੇ। ਮੈਂ ਸਬ
ਭੁੱਲ ਜਾਂਦੀ ਸੀ ਜਦ ਓ
ਮੇਰੇ ਕੋਲ਼ ਆਉਂਦਾ ਸੀ।
ਕੁਝ ਖ਼ਵਾਬ ਮੈਂ ਓਹਦੇ ਨਾਲ
ਦੇਖੇ ਤੇ ਓਹਨੂੰ ਆਪਣਾ ਸਬ
ਕੁਝ ਮੰਨ ਬੈਠੀ। ਮੈਂ ਓਹਦੇ
ਨਾਲ ਅਪਣੀ ਅੱਗੇ ਦੀ
ਜ਼ਿੰਦਗੀ ਵੀ ਦੇਖੀ। ਜੌ
ਓਹਨੇ ਕਿਹਾ, ਮੈਂ ਸਬ
ਕਰਿਆ। ਮੈਂ ਓਹਨੁ ਆਪਣਾ
ਜਿਸਮ ਵੀ ਦੇਤਾ। ਮੈਂ ਕਿਹਾ
ਵੀ ਮੇਰੇ ਬਾਪ ਨੇ ਮੇਰੇ ਨਾਲ਼
ਓ ਸਬ ਕਰਿਆ ਏਹ,
ਕਹਿੰਦਾ ਵੀ ਚੱਲ ਕੋਈ ਨਹੀਂ
ਤੇਰੇ ਨਾਲ ਮੈਂ ਹੈਗਾ ਏ।

ਮੈਂ ਤੈਨੂੰ ਅਪਨਾਇਆ ਏਹ ਤੇ ਤੇਰੇ
ਜਿਸਮ ਤੋਂ ਕੁਛ ਨੀ ਲੈਣਾ ਮੈਂ ।ਤੇਰੇ
ਨਾਲ ਤਾ ਰੂਹ ਦਾ ਪਿਆਰ ਏ ।
ਉਹ ਰੂਹ ਆਲ਼ਾ ਪਿਆਰ ਜਿਸਮ ਤੇ
ਆਇਆ ।

ਕਿ ਤੇਰਾ ਰੂਹਾਂ ਦਾ ਪਿਆਰ ਜਦ ਜਿਸਮ ਤੇ
ਆਇਆ ਸੀ,
ਮੇਰੇ ਦਿਲ ‘ ਚ ਤੇਰੇ ਬਾਰੇ ਇਕ ਖਿਆਲ
ਆਇਆ ਸੀ ।
ਮੈਂ ਖਿਆਲ ਨੂੰ ਖਿਆਲ ਕਹਿ ਟਾਲਿਆ ਸੀ,
ਤੇਰੇ ਜਿਸਮ ਦੇ ਪਿਆਰ ਨੂੰ ਮੈਂ ,
ਜਦ ਰੂਹਾਂ ਦਾ ਪਿਆਰ ਮੰਨ ਲਿਆ ਸੀ ।
ਜਦ ਕੱਪੜੇ ਪਾਂਦੇ ਪਾਂਦੇ ਮੈਨੂੰ ਆਪਣਾ
ਬਿਸਤਰ ਦਸਿਆ ਸੀ,
ਤੇਰਾ ਰੂਹਾਂ ਦਾ ਪਿਆਰ ਜਦ ਜਿਸਮਾ ਤੇ
ਆਇਆ ਸੀ ।

ਮੈਂ ਓਹਨੂੰ ਕਿਹਾ ਵੀ ਮੇਰੇ ਨਾਲ ਵਿਆਹ ਕਰਵਾ ਲੈ। ਕਹਿੰਦਾ ਵੀ ਕੋਈ ਕੁੜੀ ਤਾਂ ਮਿਲੇ। ਮੈਂ ਕਿਹਾ ਵੀ ਮੈਂ ਤੇਰੇ ਨਾਲ ਤੇਰੇ ਬਿਸਤਰ ਤੱਕ ਆ ਚੁੱਕੀ ਆ ਤੇ ਤੈਨੂੰ ਕੋਈ ਹੋਰ ਕੁੜੀ ਚਾਹੀਦਾ ਏ? ਉਹਨੇ ਮੈਨੂੰ ਹੱਸ ਕੇ ਕਿਹਾ ਵੀ ਤੂੰ ਤੇ ਮੇਰਾ ਬਿਸਤਰ ਸੀ ਓ ਵੀ ਇੱਕ ਰਾਤ ਦਾ। ਮੈਂ ਰੋਂਦੀ ਹੋਈ ਘਰ ਵਾਪਸ ਆਈ ਤੇ ਆਉਂਦੇ ਹੀ ਮੇਰਾ ਬਾਪ ਮੇਰੇ ਸਾਮ੍ਹਣੇ ਬੈਠਾ ਸੀ। ਮੈਨੂੰ ਆਪਣੇ ਆਪ ਤੇ ਤਰਸ ਆ ਰਿਹਾ ਸੀ। ਉਸ ਦਿਨ ਤੋਂ ਬਾਦ ਮੈਂ ਖੁਸ਼ ਹੋਣਾ ਛੱਡ ਤਾ। ਖੁਸ਼ ਤੇ ਕਿੱਥੇ ਹੋਣਾ ਸੀ, ਜੇ ਖੁਸ਼ੀ ਮਿਲਦੀ ਤਾਂਹੀ ਹੋਣਾ ਸੀ। ਮੈਂ ਆਪਣੇ ਆਪ ਨੂੰ ਇੱਕ ਕਮਰੇ ਵਿੱਚ ਬੰਦ ਕਰ ਤਾ। ਮੇਰੇ ਕਮਰੇ ਦਾ ਦਰਵਾਜ਼ਾ ਯਾ ਤਾਂ ਮੈਨੂੰ ਰੋਟੀ ਦੇਣ ਲਈ ਮੇਰੀ ਮਾਂ

ਖੋਲਦੀ ਸੀ ਯਾ ਤੇ ਫੇਰ ਮੇਰੇ ਜਿਸਮ ਨੂੰ ਖਾਣ ਲਈ ਮੇਰਾ ਬਾਪ ।ਉਸ ਦਿਨ ਤੋਂ ਬਾਅਦ ਮੈਂ ਅੰਦਰੋ ਮਰ ਗਈ ਸੀ ।ਸਭ ਕੁੱਝ ਖ਼ਤਮ ਹੋਗਿਆ ਸੀ ਮੇਰਾ ਫੇਰ ਮੇਰੀ ਫਰੈਂਡ ਦਾ ਫ਼ੋਨ ਆਇਆ ਤੇ ਮੈਨੂੰ ਕਹਿੰਦੀ ਹਾਲ ਸੁਣਾ ਆਪਣਾ ।ਮੈਂ ਕਿਹਾ,

ਕਿ ਤੈਨੂੰ ਜੇ ਮੈਂ ਆਪਣਾ ਹਾਲ ਸੁਣਾਵਾ,
ਹੱਸਦੇ ਚੇਹਰੇ ਪਿੱਛੇ ਛੁਪੇ ਜੋ ਤੈਨੂੰ ਗਮ ਦਿਖਾਵਾ,
ਹੱਸਦੀ ਹੱਸਦੀ ਰੋ ਪਏ ਗੀ,
ਤੈਨੂੰ ਜੇ ਮੈਂ ਆਪਣਾ ਹਾਲ ਸੁਣਾਵਾ ।

ਕਿ ਚੱਲ ਛੱਡ ਯਾਰ, ਮੇਰਾ ਗੱਲ ਕਰਨ ਦਾ ਦਿਲ ਨੀ ਹੈ, ਆਪਾ ਫ਼ੇਰ ਗੱਲ ਕਰਦੇ ਆ ।ਉਸ ਦਿਨ ਤੋਂ ਬਾਅਦ ਮੈਨੂ ਮੇਰੀ ਮਾਂ ਨੇ ਬਹੁਤ ਪਿਆਰ ਨਾਲ ਸਮਝਾਇਆ

ਕਿ ਪੁੱਤ ਬਾਹਰ ਨਿਕਲ, ਦੁਨਿਆ ਦੇਖ, ਓ ਸਬ ਕਰ ਜੋ ਤੇਰਾ ਕਰਨ ਨੂੰ ਦਿਲ ਕਰਦਾ ਏ ।ਮੇਰੇ ਨਾਲ ਕੋਈ ਨਹੀਂ ਸੀ ।ਬੱਸ ਮੇਰੀ ਮਾਂ ਸੀ ।ਮੈਂ ਫੇਰ ਤੋਂ ਬਾਹਰ ਨਿਕਲਣ ਲੱਗੀ ਸੀ ।ਆਪਣਾ ਕੋਲੇਜ ਵੀ ਸ਼ੁਰੂ ਕਰਿਆ । ਫੇਰ ਤੋਂ ਹੌਲੀ ਹੌਲੀ ਸਬ ਕੁਝ ਸਹੀ ਚਲ ਰਿਹਾ ਸੀ ।ਇਕ ਦਿਨ ਜਦ ਮੈਂ ਕੋਲੇਜ ਤੋਂ ਘਰ ਆਈ, ਤਾ ਮੇਰਾ ਬਾਪ ਆਪਣੇ ਦੋਸਤਾਂ ਨਾਲ ਘਰੇ ਬੈਠਾ ਸੀ ।ਮਮੇਰੀ ਮਾਂ ਘਰ ਨੀ ਸੀ ।ਮੈਂ ਆਪਣੇ ਕਮਰੇ ਚ ਚਲੀ ਗਈ ।ਮੇਰੇ ਬਾਪ ਦੇ ਸਾਰੇ ਦੋਸਤਾਂ ਨੇ ਸ਼ਰਾਬ ਪਿੱਤੀ ਹੋਈ ਸੀ ।ਇਹ ਤਾ ਪਤਾ ਹੀ ਸੀ ਮੈਨੂੰ ਵੀ ਮੇਰੇ ਬਾਪ ਨੇ ਮੇਰੇ ਨਾਲ ਕੀ ਕੀ ਕਿੱਤਾ ਪਰ ਉਸ ਦਿਨ

ਮੇਰੇ ਬਾਪ ਨੇ ਆਪਣਾ ਅਸਲੀ ਰੰਗ ਦਿਖਾਇਆ ।ਓਹਨੇ ਆਪਣਾ ਇੱਕ ਸ਼ਰਾਬੀ ਦੋਸਤ ਮੇਰੇ ਪਿੱਛੇ ਪਿੱਛੇ ਮੇਰੇ ਹੀ ਕਮਰੇ ਵਿੱਚ ਭੇਜ ਤਾ ।ਮੈਂ ਕਮਰੇ ਤੋਂ ਭੱਜਕੇ ਬਾਹਰ ਆਈ । ਮੇਰੇ ਬਾਪ ਨੇ ਮੈਨੂੰ ਬਹੁਤ ਮਾਰਿਆ ।ਇਸ ਹੱਦ ਤੱਕ ਮਾਰਿਆ ਵੀ ਮੇਰੇ ਸਿਰ ਵਿੱਚੋ ਖ਼ੂਨ ਨਿਕਲਣ ਲੱਗ ਗਿਆ ਸੀ ।ਮੈਂ ਘਰੋ ਭੱਜ ਗੀ । ਮੇਰੀ ਮਾਂ ਵੀ ਉਸ ਰਾਤ ਘਰ ਨਹੀਂ ਸੀ ਆਈ ਕਿਓਂਕਿ ਓ ਕਿਸੇ ਰਿਸ਼ਤੇਦਾਰ ਦੇ ਘਰ ਹੋਈ ਸੀ ।ਮੈਂ ਘਰੋ ਭੱਜ ਕੇ ਅਰਮਾਨ ਦੇ ਘਰ ਪੋਹੁੰਚ ਗੀ ਸੀ ।ਮੇਰੇ ਬਾਰ- ਬਾਰ ਦਰਵਾਜ਼ਾ ਖੜਕਾਉਣ ਤੋਂ ਬਾਅਦ ਅਰਮਾਨ ਬਾਹਰ ਆਇਆ ।ਮੈਂ

ਉਹਦੇ ਅੱਗੇ ਬਹੁਤ ਬਹੁਤ ਰੋਈ ਵੀ
ਓ ਮੈਨੂੰ ਕਿਸੀ ਵੀ ਹਾਲਤ ਚ
ਆਪਣਾ ਲਵੇ, ਪਰ ਉਹਨੇ ਮੇਰੀ
ਇੱਕ ਨੀ ਸੁਣੀ ।ਅਰਮਾਨ ਨੇ ਵੀ
ਮੈਨੂੰ ਘਰ ਤੋਂ ਕੱਦ ਤਾ ।ਮੈਂ ਓਹਦੇ
ਹੀ ਘਰ ਬਾਹਰ ਖੜਕੇ ਪੂਰੀ ਰਾਤ
ਰੋਂਦੀ ਰਹੀ, ਤਰਸ ਦੀ ਭੀਖ
ਮੰਗਦੀ ਰਹੀ, ਪਰ ਨਾ ਤਾਂ
ਅਰਮਾਨ ਨੇ ਮੇਰੀ ਸੁਣੀ ਤੇ ਨਾਂ
ਹੀ ਰੱਬ ਨੂੰ ਮੇਰੇ ਤੇ ਤਰਸ
ਆਇਆ ।ਮੈਂ ਰੋਂਦੇ ਰੋਂਦੇ ਰੱਬ ਨੂੰ
ਕਿਹਾ ਵੀ ਰੱਬਾ ਬੱਸ ਕਰ
ਹੁਣ ,ਹੋਰ ਕਿ ਕਿ ਦਿਖਾਣਾ ਇਹ
ਤੂੰ ਮੈਨੂੰ?ਕਿ ਐਨਾ ਸਭ ਕਰਕੇ ਵੀ
ਤੇਰਾ ਦਿਲ ਨੀ ਭਰਿਆ?ਮੈਂ ਰੱਬ
ਤੋਂ ਮੌਤ ਵੀ ਮੰਗੀ ਪਰ ਮੇਰੀ
ਕਿਸਮਤ

ਮਾੜੀ ਵੀ ਮੈਨੂੰ ਮੌਤ ਤਕ ਨਹੀਂ ਆਈ। ਸਾਰੀ ਰਾਤ ਰੋ - ਰੋ ਕੇ ਤੜਪਦੇ ਹੋਏ ਮੈਂ ਓਥੇ ਹੀ ਕੱਟ ਦਿੱਤੀ। ਸਵੇਰ ਹੋਈ, ਮੈਂ ਫੇਰ ਤੋਂ ਆਪਣੇ ਘਰ ਵਾਪਸ ਚਲੀ ਗਈ। ਮੇਰੀ ਮਾਂ ਵੀ ਘਰ ਵਾਪਸ ਆ ਚੁੱਕੀ ਸੀ। ਮੈਂ ਮੇਰੀ ਮਾਂ ਨੂੰ ਸਬ ਦੱਸਿਆ ਵੀ ਮੇਰਾ ਬਾਪ ਮੇਰੇ ਨਾਲ਼ ਕੀ ਕਰਦਾ ਸੀ ਤੇ ਓਹਨੇ ਆਪਣੇ ਨਾਲ਼ ਆਪਣੇ ਸ਼ਰਾਬੀ ਦੋਸਤਾਂ ਦੇ ਹੱਥ ਵੀ ਮੈਨੂੰ ਦੇ ਦਿੱਤਾ ਸੀ। ਮੇਰੀ ਮਾਂ ਆ ਸਬ ਸੁਣ ਕੇ ਬਹੁਤ ਰੋਈ। ਪਰ ਸ਼ਾਇਦ ਰੱਬ ਨੂੰ ਵੀ ਮੇਰੇ ਤੇ ਤਰਸ ਆ ਗਿਆ ਸੀ। ਉਸ ਦਿਨ ਮੇਰੀ ਮਾਂ ਨੇ ਮੇਰੇ ਬਾਪ

ਦੇ ਖ਼ਿਲਾਫ਼ ਮੇਰੇ ਲਈ ਖੜੀ ਹੋਈ। ਮੇਰੀ ਮਾਂ ਨੇ ਮੇਰੇ ਬਾਪ ਨੂੰ ਐਨਾ ਮਾਰਿਆ ਕਿ ਮੇਰੇ ਬਾਪ ਦੀਆਂ ਦੋਨੋਂ ਲੱਤਾਂ ਟੁੱਟ ਗਈਆਂ । ਆਖਿਰ ਚ ਮੇਰੀ ਮਾਂ ਨੇ ਕੱਢ ਦਿੱਤਾ ਸੀ ਮੇਰੇ ਬਾਪ ਨੂੰ। ਹੁਣ ਮੈਂ ਤੇ ਮੇਰੀ ਮਾਂ ਘਰ ਸੁਕੂਨ ਨਾਲ ਰਹਿਣ ਲੱਗ ਪਏ ਸੀ। ਅਸੀਂ ਦੋਨੋਂ ਬਹੁਤ ਖੁਸ਼ ਸੀ। ਇੱਕ ਦਿਨ ਦੁਪਹਿਰ ਨੂੰ ਮੈਂ ਆ ਰਹੀ ਸੀ, ਮੇਰੀ ਫ੍ਰੈਂਡ ਵੀ ਸੀ ਮੇਰੇ ਨਾਲ। ਓਥੇ ਮੇਰੀ ਫ੍ਰੈਂਡ ਦਾ ਦੋਸਤ ਸਾਨੂੰ ਮਿਲਿਆ। ਓਹਦਾ ਨਾਮ ਕਾਬਿਲ ਸੀ। ਮੈਨੂੰ ਪਹਿਲੀ ਨਜ਼ਰ ਚ ਓ ਬਹੁਤ ਸੋਹਣਾ ਲੱਗਿਆ।

ਪਰ ਮੈਂ ਹੁਣ ਨਹੀਂ ਚਾਹੁੰਦੀ ਸੀ ਵੀ ਮੇਰੇ ਨਾਲ ਓਹੀ ਸਬ ਦੋਬਾਰਾ ਹੋ। ਕਾਬਿਲ ਮੈਂਨੂੰ ਰੋਜ਼ ਮਿਲਣ ਲੱਗ ਗਿਆ। ਗੱਲ ਵੀ ਬਹੁਤ ਪਿਆਰ ਨਾਲ ਕਰਦਾ ਸੀ ਓ। ਕਾਬਿਲ ਨੂੰ ਸ਼ਾਯਰੀ ਦਾ ਬਹੁਤ ਸ਼ੌਂਕ ਸੀ। ਕਿਸੀ ਨਾ ਕਿਸੀ ਗੱਲ ਤੇ ਓ ਸ਼ਾਯਰੀ ਕਰਦਾ ਹੀ ਰਹਿੰਦਾ ਸੀ। ਮੇਰੀ ਤਾਰੀਫ਼ ਚ ਵੀ ਓ ਸ਼ਾਯਰੀ ਕਰਦਾ ਸੀ। ਮੈਂਨੂੰ ਓਹਦੇ ਨਾਲ ਪਿਆਰ ਹੋਣ ਲੱਗ ਗਿਆ ਸੀ ਪਰ ਦਰ ਵੀ ਲਗਦਾ ਸੀ ਕਿਤੇ ਏਹ ਵੀ ਅਰਮਾਨ ਦੀ ਤਰ੍ਹਾ ਨਾ ਨਿਕਲੇ।

ਪਰ ਇਹ ਗੱਲ ਓਹਨੂੰ ਨਹੀ ਸੀ ਪਤਾ। ਓਹਨੇ ਮੇਰੇ ਤੇ ਸ਼ਾਯਰੀ ਲਿਖੀ ਕੀ

ਮੈਂ ਤੇਰਾ ਨਾਂ ਲਿਖਾ, ਤੂੰ ਚੰਨ ਤੇ ਤਾਰੇ ਪੜ੍ਹਦੀ ਆ।
ਮੈਂ ਤੈਨੂੰ ਅੱਗ ਕਾਹਾ, ਤੂੰ ਸੂਰਜ ਲਿਖਦੀ ਆ।
ਮੈਂ ਤੇਰਾ ਕਿਰਦਾਰ ਲਿਖਾਂ, ਤੂੰ ਸਾਫ਼ ਪਾਣੀ ਸਮੁੰਦਰ ਦੱਸਦੀ ਆ।
ਮੈਂ ਤੇਰੀ ਤਾਰੀਫ਼ ਕਰਾ, ਤੂੰ ਕੁਦਰਤ ਦੱਸਦੀ ਆ।

ਸਾਡੇ ਦੋਸਤੀ ਦੇ ਰਿਸ਼ਤੇ ਨੂੰ ਰੱਬ ਨੇ ਕੁਝ ਹੋਰ ਹੀ ਮੋੜ ਦੇ ਦਿੱਤਾ ਸੀ। ਸਬ ਕੁਝ ਸਹਿ ਚੱਲ ਰਿਹਾ ਸੀ। ਮੈਨੂੰ ਕਾਬਿਲ ਨਾਲ ਟਾਈਮ ਸਪੈਂਦ ਕਰਨਾ ਵਧੀਆ ਲਗਦਾ ਸੀ। ਮੈਂ ਓਹਨੂੰ ਸਬ ਦੱਸਣਾ ਚਾਹੁੰਦੀ ਸੀ ਜੋ ਵੀ ਮੇਰੇ ਨਾਲ ਹੋਇਆ।

ਮੇਰਾ ਪਾਸਟ ਦੱਸਣਾ ਚਾਹੁੰਦੀ ਸੀ ਮੈਂ ਕਾਬਿਲ ਨੂੰ । ਪਰ ਮੈਨੂੰ ਡਰ ਲੱਗਦਾ ਸੀ ਵੀ ਮੈਂ ਓਹਨੂੰ ਕਿਤੇ ਖੋ ਨਾ ਦਵਾ, ਫੇਰ ਤੋਂ ਤਬਾਹ ਨਾ ਹੋਜਾ ਮੈਂ । ਇੱਕ ਦਿਨ ਮੈਂ ਓਹਨੂੰ ਕਿਹਾ ਵੀ ਮੈਂ ਮਿਲਣਾ ਇਹ ਤੈਨੂੰ ।ਕਾਬਿਲ ਮੈਨੂੰ ਮਿਲਣ ਆਇਆ । ਮੈਂ ਓਹਨੂੰ ਕਿਹਾ ਵੀ ਮੈਂ ਤੈਨੂੰ ਕੁਛ ਦੱਸਣਾ ਚਾਹੁੰਦੀ ਆ । ਪਰ ਮੇਰੀ ਹਿੰਮਤ ਨੀ ਹੋ ਰਹੀ ਮੈਨੂੰ ਡਰ ਲੱਗਦਾ ਇਹ । ਉਹਨੇ ਕਿਹਾ ਤੂੰ ਡਰ ਨਾ, ਮੈਂ ਨਾਲ ਆ ਤੇਰੇ । ਮੈਂ ਕਿਹਾ ਵੀ ਪਹਿਲਾ ਵੀ ਕਿਸੀ ਨੇ ਏਹ ਗੱਲ ਕਹੀ ਸੀ ਵੀ ਓ ਮੇਰੇ ਨਾਲ ਆ ਪਰ ਓਹਨੇ ਮੈਨੂੰ ਧੱਕੇ ਦੇਕੇ ਕੱਢ ਦਿੱਤਾ ਸੀ ਟਾਈਮ ਆਨ ਤੇ ।

ਕਾਬਿਲ ਕਹਿੰਦਾ ਤੂੰ ਦੱਸ ਤਾਂ ਸਹੀ ਸਾਰੀ ਗੱਲ, ਅੱਗੇ ਦੀ ਮੈਂ ਆਪ ਦੇਖਲੂ । ਮੈਂ ਓਹਨੂੰ ਸਬ ਦਸਤਾ , ਮੇਰਾ ਪਾਸਟ, ਜੋ ਵੀ ਮੇਰੇ ਨਾਲ ਹੋਇਆ ਸੀ । ਕਾਬਿਲ ਸਬ ਸੁਣਨ ਤੋਂ ਬਾਅਦ ਇੱਕ ਮਿੰਟ ਲਈ ਕੁਛ ਨਹੀਂ ਸੀ ਬੋਲਿਆ । ਮੈਨੂੰ ਡਰ ਲੱਗਿਆ ਵੀ ਹੁਣ ਏਹ ਵੀ ਮੈਨੂੰ ਛੱਡ ਜਾਏਗਾ, ਕਿਓਂਕਿ ਮੈਂ ਆਪਣੇ ਪਾਸਟ ਦੱਸਣ ਦੇ ਨਾਲ ਨਾਲ ਆਪਣੇ ਪਿਆਰ ਦਾ ਇਜ਼ਹਾਰ ਵੀ ਕਰਿਆ ਸੀ । ਕਾਬਿਲ ਨੇ ਹੱਸ ਕੇ ਕਿਹਾ ਵੀ ਵਿਆਹ ਕਰਾਏਂਗੀ ਮੇਰੇ ਨਾਲ? ਕਹਿੰਦਾ ਯਾਰ ਵਿਆਹ ਕਰਾਲਾ ਮੇਰੇ ਨਾਲ । ਮੈਂ ਰੋਣ ਲੱਗ ਗਈ ।

ਓਹਨੇ ਕਿਹਾ ਅੱਜ ਰੋ ਲੈ ਜਿਨ੍ਹਾਂ
ਰੋਣਾ ਇਹ, ਕੱਲ ਕੋਈ ਰੋਣ ਦੀ
ਵਜਾਹ ਨਹੀਂ ਰਹਿਣੀ ਤੇਰੇ ਕੋਲ ।
ਮੈਂ ਕਿਹਾ ਤੂੰ ਕਿੱਥੇ ਤੱਕ ਜਾਏਂਗਾ
ਨਾਲ ਮੇਰੇ? ਓ ਕਹਿੰਦਾ ਵੀ

ਕੇ ਪੁਰਾਣੀ ਛੱਡ ਨਵੀ ਤੇ ਡੁੱਲ ਜਾਂਦੇ ਆ,
ਅੱਦਾ ਪੂਰਾ ਕਰ ਬਾਕੀ ਦੇ ਵਾਅਦੇ ਭੁੱਲ
ਜਾਂਦੇ ਆ ।
ਕੇ ਮੈਂ ਸਿਵਿਆ ਤਕ ਜਾਣਾ ਨਾਲ ਤੇਰੇ,
ਲਾਵਾਂ ਤਕ ਤਾ ਬਹੁਤ ਜਾਂਦੇ ਆ ।

ਮੈਂ ਬਹੁਤ ਖੁਸ਼ ਸੀ ਉਸ ਦਿਨ ।
ਇਦਾ ਲੱਗਿਆ ਵੀ ਕਿੰਨੇ ਟਾਈਮ
ਬਾਅਦ ਮੈਨੂੰ ਐਨੀ ਖੁਸ਼ੀ ਮਿਲੀ ਹੋਵੇ
। ਮੈਂ ਵਿਆਹ ਲਈ ਕਾਬਿਲ ਨੂੰ ਹਾਂ

ਕਰਤੀ ਸੀ । ਮੈਂ ਘਰ ਆਕੇ ਆਪਣੀ ਮਾਂ ਨੂੰ ਦੱਸਿਆ ਓ ਵੀ ਬਹੁਤ ਖੁਸ਼ ਹੋਏ । ਅਸੀ ਅਸ਼ੋਕ ਅੰਕਲ ਦੇ ਘਰ ਗਏ । ਮੇਰੀ ਮਾਂ ਨੇ ਅਸ਼ੋਕ ਅੰਕਲ ਤੇ ਉੱਨਾ ਦੀ ਘਰਆਲੀ ਨੂੰ ਮੇਰੇ ਵਿਆਹ ਵਾਰੇ ਦੱਸਿਆ । ਅਸ਼ੋਕ ਅੰਕਲ ਦੀ ਘਰਆਲੀ ਨੇ ਮੇਰੇ ਪੈਰ ਫੜੇ ਤੇ ਮੇਰੇ ਤੋਂ ਮਾਫ਼ੀ ਮੰਗਣ ਲੱਗ ਗਏ । ਉੱਨਾ ਨੇ ਕਿਹਾ ਵੀ ਮੈਨੂੰ ਮਾਫ਼ ਕਰਦੇ ਮੇਰੇ ਤੋਂ ਬਹੁਤ ਵੱਡੀ ਗਲਤੀ ਹੋ ਗੀ । ਮੈਂ ਉੱਨਾ ਨੂੰ ਹੱਗ ਕਰਿਆ ਤੇ ਕਿਹਾ ਵੀ ਜੇ ਤੁਸੀਂ ਮੈਨੂੰ ਨਾ ਛੱਡ ਦੇ ਤਾ ਮੇਰੇ ਨਾਲ ਆ ਸਬ ਨਾ ਹੁੰਦਾ ਤੇ ਮੇਰੀ ਵੀ ਕਿਸਮਤ

ਅੱਜ ਬਹੁਤ ਸੋਹਣੀ ਹੋਣੀ ਸੀ ।
ਪਰ ਕੋਈ ਨੀ ਤੁਸੀਂ ਤੇ ਹੁਣ ਖੁਸ਼
ਹੋ ਨਾ ਆਪਣੇ ਮੁੰਡੇ ਨਾਲ ਯਾ
ਹੁਣ ਵੀ ਹੋਰ ਮੁੰਡਾ ਚਾਹੀਦਾ
ਇਹ ਯਾ ਕੁੜੀ ਚਾਹੀਦੀ ਆ
ਆਪਣੇ ਮੁੰਡੇ ਲਈ ।

ਮੇਰੇ ਦਿਲ ਚ ਆਇਆ ਇਕ ਸਵਾਲ,
ਮੈਨੂੰ ਓਹਦਾ ਜਵਾਬ ਦੇਈ ਨਾ ।
ਮੈਨੂੰ ਤੂੰ ਕਿਓਂ ਵੇਚਿਆ,
ਓਦਾ ਰੱਬ ਨੂੰ ਹਿਸਾਬ ਦੇਈ ਨਾ ।
ਜੇ ਮੈਂ ਮੁੜ ਆਵਾ ਤੇਰੀ ਕੁੱਖ ਚੋ,
ਮੈਨੂੰ ਓਥੇ ਹੀ ਮਾਰ ਦੇਈ ਨਾ ।

ਮੇਰੀ ਮਾਂ ਰੋਣ ਲੱਗ ਗਈ । ਮੈਂ
ਵੀ ਰੋਈ ਪਰ ਫੇਰ ਆਪਣੀ ਮਾਂ
ਨੂੰ ਹੱਗ ਕਰਲਿਆ ਮੈਂ ।

ਮੈਂ ਉੱਨਾ ਨੂੰ ਕਿਹਾ ਵੀ ਚਲੋ ਛੱਡੋ
ਹੁਣ, ਤੁਸੀਂ ਆ ਦੱਸੋ ਵੀ ਵਿਆਹ
ਤੇ ਆਣਾ ਇਹ ਯਾ ਨਹੀਂ ?
ਅਸ਼ੋਕ ਅੰਕਲ ਕਹਿਣ ਲਗੇ ਵੀ
ਸਾਡੀ ਕੁੜੀ ਦਾ ਵਿਆਹ ਏਹ ਅਸੀ
ਤੇ ਆਣੇ ਹੀ ਆ । ਮੈਂ ਸੱਚੀ
ਬਹੁਤ ਖੁਸ਼ ਸੀ ਉਸ ਦਿਨ ।
ਮੇਰੇ ਵਿਆਹ ਦਾ ਦਾ ਦਿਨ ਵੀ
ਆਖਿਰ ਕਾਰ ਆ ਹੀ ਗਿਆ ।
ਮੈਂ, ਮੇਰੀ ਮਾਂ ਤੇ ਅਸ਼ੋਕ ਅੰਕਲ
ਤੇ ਉੱਨਾ ਦੀ ਘਰਆਲੀ ਅਸੀ ਸਬ
ਮੰਦਿਰ ਪਹੁੰਚ ਗਏ ਤੇ ਕਾਬਿਲ ਵੀ
ਆ ਗਿਆ ।ਮੈਂ ਬਹੁਤ ਰੋਈ ਪਰ
ਖੁਸ਼ੀ ਤੇ ਸੁਕੁਨ ਵੀ ਸੀ ਕਿ ਰੱਬ
ਨੇ ਮੈਨੂੰ ਚਲੋ ਆਖਿਰ ਕਾਰ ਖੁਸ਼ੀ
ਦੇ ਹੀ ਦਿੱਤੀ ।

ਅਸੀ ਜਦ ਘਰ ਨੂੰ ਆ ਰਹੇ ਸੀ ਤਾਂ ਮੇਰਾ ਬਾਪ ਮੰਦਿਰ ਬਾਹਰ ਖੜ ਕੇ ਪੈਸੇ ਮੰਗ ਰਿਹਾ ਸੀ। ਓਹਨੇ ਮੈਨੂੰ ਦੇਖਦੇ ਹੀ ਮੇਰੇ ਪੈਰ ਫ਼ੜ ਲਏ ਤੇ ਮੈਨੂੰ ਕਿਹਾ ਵੀ ਮੈਨੂੰ ਮਾਫ਼ ਕਰਦੇ। ਮੈਂ ਓਹਨੂ ਬਸ ਇੱਕ ਸਵਾਲ ਪੁੱਛਿਆ ਵੀ ਜੇ ਮੇਰੀ ਜਗ੍ਹਾ ਤੇਰੀ ਅਸਲੀ ਕੁੜੀ ਹੁੰਦੀ ਤਾਂ ਵੀ ਤੂੰ ਆਹੀ ਕਰਦਾ? ਉਸ ਸਵਾਲ ਦਾ ਕੋਈ ਜਵਾਬ ਨਹੀਂ ਮਿਲਿਆ ਮੈਨੂੰ। ਮੈਂ ਤੇ ਕਾਬਿਲ ਆਪਣੇ ਨਵੇਂ ਘਰ ਆਏ। ਅਸੀਂ ਦੋਨੋਂ ਆਪਣੀ ਨਵੀਂ ਜ਼ਿੰਦਗੀ ਖੁਸ਼ੀ ਖੁਸ਼ੀ ਜੀਣ ਲੱਗ ਪਏ। ਮੇਰੀ ਮਾਂ ਵੀ ਮੇਰੇ ਨਾਲ ਹੀ ਰਹਿੰਦੀ ਸੀ। ਮੇਰੇ ਵਿਆਹ ਤੋਂ ਬਾਅਦ ਅਸ਼ੋਕ ਅੰਕਲ ਤੇ ਉਨ੍ਹਾਂ ਦੀ ਵਾਈਫ ਵੀ ਮੈਨੂੰ ਮਿਲਣ ਆਇਆ ਕਰਦੇ ਸੀ। ਮੈਨੂੰ ਵੀ ਮੇਰੀ ਫੈਮਿਲੀ ਮਿਲ ਗਈ।

ਕਾਬਿਲ ਨੇ ਮੈਨੂੰ ਪੁੱਛਿਆ ਵੀ ਤੂੰ
ਕੀ ਕਰਨਾ ਚਾਹੁੰਦੀ ਐ ਆਪਣੀ
ਲਾਈਫ ਚ? ਮੈਂ ਓਹਨੂ ਆਪਣਾ
ਸੁਪਨਾ ਦੱਸਿਆ ਵੀ ਮੈਂ LLB
ਕਰਨਾ ਚਾਹੁੰਦੀ ਆ। ਓਹਨੇ ਪੁੱਛਿਆ
ਵੀ ਸਿਰਫ LLB ਹੀ ਕਿਉਂ? ਮੈਂ
ਕਿਹਾ ਵੀ LLB ਕਰਕੇ ਮੈਂ ਕੁੜੀਆਂ
ਨੂੰ ਇਨਸਾਫ਼ ਦਿਵਾਉਣ ਚਾਹੁੰਦੀ
ਆ। ਮੈਂ ਨਹੀਂ ਚਾਹੁੰਦਾ ਵੀ ਜੋ ਮੇਰੇ
ਬਾਪ ਨਾਲ਼ ਮੇਰੇ ਬਾਪ ਨੇ ਕਰਿਆ
ਓਹੀ ਕਿਸੀ ਹੋਰ ਨਾਲ਼ ਹੋਵੇ।
ਕਾਬਿਲ ਨੇ ਮੇਰਾ ਐਂਨਾ ਸਾਥ ਦਿੱਤਾ
ਵੀ ਓਹਨੇ ਮੈਨੂੰ LLB ਦੀ ਪੜ੍ਹਾਈ
ਵੀ ਪੂਰੀ ਕਾਰਵਾਈ। ਮੇਰਾ ਏਹ
ਸੁਪਨਾ ਵੀ ਓਹਨੇ ਪੂਰਾ ਕਿੱਤਾ।
ਮੇਰਾ ਜਨਮਦਿਨ ਆਇਆ, ਓਦੋਂ
ਤੱਕ ਮੈਂ LLB ਕਰ ਚੁੱਕੀ ਸੀ।
ਕਾਬਿਲ ਮੈਨੂੰ ਮਮੇਰੇ ਜਨਮਦਿਨ
ਆਲ਼ੇ ਦਿਨ ਜੇਲ ਲੇਕੇ ਗਿਆ।

ਓ ਕਹਿੰਦਾ ਵੀ ਤੇਰੇ ਲਈ ਇੱਕ ਗਿਫ਼ਟ ਆ। ਮੈਂ ਕਿਹਾ ਵੀ ਜੇਲ ਚ ਕਿਹੜਾ ਗਿਫ਼ਟ ਐ ਮੇਰੇ ਲਈ? ਮੈਨੂੰ ਸਮਝ ਨਹੀਂ ਸੀ ਆ ਰਿਹਾ ਕੁਝ। ਅਸੀਂ ਜੇਲ ਵਿੱਚ ਇੱਕ ਅੰਕਲ ਨੂੰ ਮਿਲੇ। ਕਾਬਿਲ ਕਹਿੰਦਾ ਇਹ ਹੀ ਆ ਤੇਰੇ ਜਨਮਦਿਨ ਦਾ ਗਿਫ਼ਟ। ਮੈਨੂੰ ਉੱਮੀਦ ਨਹੀਂ ਸੀ ਵੀ ਗਿਫ਼ਟ ਅਹਿਜਾ ਨਿਕਲੂਗਾ। ਓ ਅੰਕਲ ਹੋਰ ਕੋਈ ਨਹੀਂ ਮੇਰਾ ਬਾਪ ਸੀ। ਓਹਨੁ ਦੇਖ ਕੇ ਮੈਨੂੰ ਸਬ ਕੁਝ ਯਾਦ ਆ ਗਿਆ। ਓ ਡਰ, ਮਜਬੂਰ ਹਾਲਤ, ਮੇਰੇ ਬਾਪ ਨੇ ਮੇਰੇ ਨਾਲ ਜੋ ਜੋ ਕਰਿਆ ਸਬ ਕੁਝ। ਮੇਰਾ ਬਾਪ ਕਹਿੰਦਾ ਵੀ ਮੈਨੂੰ ਮਾਫ਼ ਕਰਦੇ ਕਿਸਮਤ, ਮੇਰੇ ਤੋਂ ਗੁਨਾਹ ਹੋਇਆ ਏਹ। ਜਾਣਦਾ ਹਾਂ ਏ ਗੁਨਾਹ ਦੀ ਮਾਫ਼ੀ ਨਹੀਂ ਹੈ ਤਾਂ

ਮੈਨੂੰ ਮਾਰ ਦੇ। ਮੈਂ ਕੁਝ ਨਹੀਂ ਕਿਹਾ ਬਸ ਘਰ ਵਾਪਸ ਆ ਗਈ। ਭੋਟ ਦੁੱਖ ਹੋਇਆ ਮੈਨੂੰ ਪਰ ਮੈਨੂੰ ਖੁਸ਼ੀ ਵੀ ਸੀ। ਖੁਸ਼ੀ ਇਸ ਗੱਲ ਦੀ ਵੀ ਮੈਂਨੂੰ ਐਂਨਾ ਪਿਆਰ ਕੋਈ ਕਿੱਦਾ ਕਰ ਸਕਦਾ ਏਹ ਤੇ ਦੁੱਖ ਆ ਵੀ ਮੇਰੀ ਕਿਸਮਤ ਫੇਰ ਤੋਂ ਮੈਨੂੰ ਉੱਥੇ ਹੀ ਲੈ ਆਈ ਜਿੱਥੇ ਕਿਸਮਤ ਦੀ ਕਿਸਮਤ ਮਰੀ ਸੀ।

ਕੇ ਓਹਨੇ ਮੈਨੂੰ ਆਪਣਾ ਨੀ ਮੰਨਿਆ,
ਮੈਂ ਤੇ ਮੰਨਿਆ ਸੀ ਨਾ।
ਓਹਨੇ ਮੈਨੂੰ ਆਪਣੇ ਹੱਥਾਂ ਚ ਚੱਕ,
ਆਪਣੀ ਧੀ ਤੇ ਮੈਂ ਵੀ ਓਹਨੂ ਆਪਣਾਬਾਪ ਕਿਹਾ ਸੀ ਨਾ।
ਕੇ ਓਹਨੇ ਨੀ ਮੈਂ ਤੇ ਆਪਣਾ ਆਖਿਆ ਸੀ ਨਾ।
ਮੈਂ ਓਹਨੂ ਜੇਲ ਤੋਂ ਬਾਹਰ ਕਢ੍ਹਵਾਯਾ ,
ਅਰਮਾਨ ਦੇ ਅਰਮਾਨਾਂ ਨੂੰ ਦਾਗ਼ ਲਾਇਆ ਸੀ ਨਾ।

ਮੈਂ ਆਪਣੇ ਬਾਪ ਲਈ ਕੇਸ ਲੜਿਆ ਤੇ ਓਹਨੁ ਜੇਲ ਤੋਂ ਬਾਹਰ ਕਢਵਾਇਆ। ਮੈਂ ਕਾਬਿਲ ਨੂੰ ਕਿਹਾ ਵੀ ਮੇਰੇ ਏਹ ਬਾਪ ਨੂੰ ਆਖ਼ਰੀ ਸਲਾਮ ਤੱਕ ਨਾ ਦਿੱਤੀ ਜਾਵੇ। ਪਰ ਰੱਬ ਹੁਣ ਬਹੁਤ ਵੱਡੀ ਖ਼ੁਸ਼ੀ ਸਾਡੇ ਘਰ ਭੇਜ ਰਿਹਾ ਸੀ। ਇੱਕ ਛੋਟਾ ਜਾ ਬੱਚਾ ਸਾਡੇ ਘਰ ਆਇਆ। ਇੱਕ ਛੋਟੀ ਜਿਹੀ ਪਿਆਰੀ ਜੀ ਕੁੜੀ ਸਾਡੇ ਘਰ ਆਈ। ਅਸੀਂ ਓਹਦਾ ਨਾਮ (ਜ਼ੋਇਆ) ਰੱਖਿਆ। ਸਾਡੀ ਫੈਮਿਲੀ ਪੂਰੀ ਹੋ ਚੁੱਕੀ ਸੀ। (ਜ਼ੋਇਆ) ਵੱਡੀ ਹੋਗੀ ਤੇ ਸਕੂਲ ਜਾਣ ਲੱਗ ਗਈ।"

ਮੈਂ ਰੋਜ਼ਰਾਤ ਨੂੰ ਆਪਣੀ ਮਾਂ ਨਾਲ਼ ਸੋਇਆ ਕਰਦੀ ਸੀ। ਉਨ੍ਹਾਂ ਤੋਂ ਕਹਾਣੀ ਸੁਣਕੇ ਸੋਣ ਦੀ ਆਦਤ ਸੀ ਮੈਨੂੰ। ਮੈਂ ਤਾਂ ਵੱਡੀ ਹੋਗੀ ਪਰ ਮੇਰੀ ਆਦਤ ਨਹੀਂ ਬਦਲੀ।

ਉਸ ਰਾਤ ਮੈਂ ਆਪਣੀ ਮਾਂ ਦੀ ਜ਼ਿੰਦਗੀ ਬਾਰੇ ਸੁਣ ਰਹਿ ਸੀ। ਉਨ੍ਹਾਂ ਦੀ ਬਾਹਾਂ ਤੇ ਸਿਰ ਰੱਖਿਆ ਹੋਇਆ ਸੀ ਮੈਂ ਤੇ ਉਹਨਾਂ ਨੂੰ ਹਗ਼ ਕਰਕੇ ਪਈ ਸੀ ਮੈਂ। ਇੱਕ ਦਮ ਬੋਲਦੀ ਬੋਲਦੀ ਮੇਰੀ ਮਾਂ ਚੁੱਪ ਹੋ ਗਈ। ਓਹਨਾ ਨੂੰ ਨੀਂਦ ਆ ਗਈ ਸੀ। ਮੈਂ ਕਿਹਾ ਮੰਮੀ ਅੱਗੇ ਦਸੋ ਕੀ ਹੋਇਆ, ਪਰ ਮੇਰੀ ਮਾਂ ਬੋਲੀ ਨਿ। ਮੈਂ ਵੀ ਉਹਨਾਂ ਨੂੰ ਕਿਸ ਕਰਕੇ ਸੋ ਗਈ। ਸਵੇਰ ਹੋਈ ਤੇ ਮੈਂ ਆਪਣੀ ਮਾਂ ਦੀ ਬਾਹਾਂ ਤੇ ਪਈ ਸੀ। ਮੈਂ ਕਿਹਾ ਮੰਮੀ ਉੱਠ ਜੋ ਸਕੂਲ ਜਾਣਾ ਇਹ ਤੁਹਾਡੀ ਜ਼ੋਇਆ ਨੇ ਪਰ ਓ ਉੱਠੇ ਹੀ ਨਹੀਂ। ਮੈਂ ਉਹਨਾਂ ਨੂੰ ਹਿਲਾਇਆ ਵੀ ਪਰ ਓ ਉੱਠੇ ਹੀ ਨਹੀਂ। ਮੈਨੂੰ ਲੱਗਿਆ ਮੈਂ ਹਲੇ ਵੀ ਨੀਂਦ ਚ ਆ ਤੇ ਸੁਪਨਾ ਦੇਖ਼ ਰਹਿ ਆ। ਇਹ ਸੋਚਕੇ ਮੈਂ ਫੇਰ ਤੋਂ ਉਨ੍ਹਾਂ ਦੀ ਬਾਹਾਂ ਤੇ ਸੋ ਗਈ।

ਮੈਨੂੰ ਨਹੀਂ ਪਤਾ ਸੀ ਵੀ ਮੇਰੇ ਮਾਂ ਹੁਣ ਕਦੇ ਵੀ ਨਹੀਂ ਉੱਠੂਗੀ। ਮੈਂ ਦੋਬਾਰਾ ਸੋ ਕੇ ਉੱਠੀ। ਫੇਰ ਤੋਂ ਕੋਸ਼ਿਸ਼ ਕਰੀ ਮੈਂ ਮੰਮੀ ਨੂੰ ਉਠਾਣ ਦੀ ਪਰ ਓ ਨਹੀਂ ਉੱਠੇ। ਮੈਂ ਡਰ ਗਈ। ਆਪਣੇ ਪਾਪਾ ਨੂੰ ਲੇਕੇ ਆਈ ਮੈਂ ਜਾਕੇ। ਪਾਪਾ ਨੇ ਵੀ ਬਹੁਤ ਕੋਸ਼ਿਸ਼ ਕਰੀ ਪਰ ਜਦੋਂ ਤਕ ਬਹੁਤ ਦੇਰ ਹੋ ਚੁੱਕੀ ਸੀ। ਮਰੀ ਮਾਂ ਮੇਰੇ ਤੋਂ ਬਹੁਤ ਦੂਰ ਜਾ ਚੁੱਕੀ ਸੀ। ਐਨਾ ਦੂਰ ਵੀ ਹੁਣ ਮੁੜ੍ਹਕੇ ਕਦੀ ਨਾ ਮੇਰੀ ਮਾਂ ਮੈਨੂੰ ਮਿਲੂਗੀ ਤੇ ਨਾਂ ਹੀ ਓਦੀ ਬਾਹਾਂ ਤੇ ਮੈਂ ਹੁਣ ਕਦੇ ਸਿਰ ਰੱਖ ਕੇ ਸੌਊਂਗੀ। ਅਸੀਂ ਉਨ੍ਹਾਂ ਨੂੰ ਡਾਕਟਰ ਕੋਲ਼ ਲੈਕੇ ਗਏ। ਡਾਕਟਰ ਨੇ ਦੱਸਿਆ ਵੀ ਏਹ ਤਾਂ ਰਾਤ ਦੇ ਹੀ ਮਰ ਚੁੱਕੇ ਨੇ। ਮੈਂ ਸਾਰੀ ਰਾਤ ਆਪਣੀ ਮਰੀ ਹੋਈ ਮਾਂ ਦੀ ਬਾਹਾਂ ਤੇ ਪਈ ਸੀ।

ਜਦ ਮਰੀ ਮਾਂ ਨੂੰ ਲੈਕੇ ਜਾ ਰਹੇ ਸੀ ਸੰਸਕਾਰ ਲਈ, ਤਦ ਮੈਂ ਆਪਣੀ ਮਾਂ ਦੀ ਬਾਹਾਂ ਤੇ ਆਖ਼ਰੀ ਬਾਰ ਸਿਰ ਰੱਖਿਆ, ਪਰ ਮੈਨੂੰ ਸਬ ਨੇ ਦੂਰ ਕਰਤਾ। ਮੇਰੇ ਘਰ ਇੱਕ ਅੰਕਲ ਆਏ ਮੇਰੀ ਮਾਂ ਨੂੰ ਆਖ਼ਰੀ ਬਾਰ ਦੇਖਣ ਲਈ। ਬਹੁਤ ਰੋ ਰਹੇ ਸੀ ਓ ਅੰਕਲ ਤੇ ਕਹਿ ਰਹੇ ਸੀ ਵੀ ਮੈਨੂ ਇੱਕ ਵਾਰ ਦੇਖ਼ ਲੈਣ ਦੋ ਪਰ ਮੇਰੇ ਬਾਪ ਨੇ ਓ ਅੰਕਲ ਨੂੰ ਦੇਖਣ ਨਹੀਂ ਦਿੱਤਾ ਮਰੀ ਮਾਂ ਨੂੰ। ਓ ਅੰਕਲ ਹੋਰ ਕੋਈ ਨਹੀਂ ਮਰੀ ਮਾਂ ਦਾ ਓ ਬਾਪ ਸੀ ਜਿਸ ਨੇ ਮੇਰੀ ਮਾਂ ਨਾਲ ਐਂਨਾ ਗ਼ਲਤ ਕਰਿਆ ਪਰ ਮੇਰੀ ਮਾਂ ਨੇ ਫੇਰ ਵੀ ਓਹਦੇ ਲਈ ਕੇਸ ਲੜ ਕੇ ਓਹਨੂ ਬਾਹਰ ਕਢਵਾਇਆ। ਜਦੋਂ ਮੇਰੀ ਮਾਂ ਨੂੰ ਅੱਗ ਲਾਈ ਗਈ ਤਾਂਓ ਅੰਕਲ ਵੀ ਉਹਨਾਂ ਦੇ ਨਾਲ

ਹੀ ਜਲ਼ ਕੇ ਮਰ ਗਏ। ਜਾਂਦੇ ਜਾਂਦੇ ਓ ਅੰਕਲ ਕਹਿਕੇ ਗਏ ਵੀ ਸ਼ਾਇਦ ਆਹੀ ਮੇਰੇ ਗੁਨਾਹਾਂ ਦੀ ਸਜ਼ਾ ਏਹ ਜੋ ਅੱਜ ਮੈਨੂੰ ਮਿਲਗੀ।

ਕੇ ਮਰਦੇ ਮਰਦੇ ਮੈਨੂ ਤਬਾਹ ਕਰਗੀ।
ਮਾਂ ਮਰੀ ਆਪ ਜਲ਼ ਕੇ,
ਮੈਨੂ ਸੁਆਹ ਕਰਗੀ।

ਮੇਰੀ ਮਾਂ ਦੇ ਜਾਣ ਤੋਂ ਬਾਅਦ ਮੇਰੇ ਬਾਪ ਨੇ ਮੇਰੇ ਨਾਲ਼ ਗੱਲ ਕਰਨੀ ਬੰਦ ਕਰਤੀ। ਮੈਂ ਆਪਣੀ ਡਾਇਰੀ ਚ ਲਿਖਣ ਲੱਗ ਗਈ ਸਬ ਕੁਝ। ਇੱਕ ਦਿਨ ਅਹਿਜਾ ਆਇਆ ਵੀ ਮੇਰਾ ਬਾਪ ਵੀ ਮੈਨੂੰ ਕਿਸਮਤ ਦੇ ਬਾਪ ਵਾਂਗ ਛੱਡ ਕੇ ਤੁਰ ਗਿਆ। ਹੁਣ ਮੇਰੇ ਕੋਲ ਬਸ ਇੱਕ ਸਵਾਲ ਬਚਿਆ ਸੀ ਵੀ ਕਿ ਮੇਰੀ ਕਿਸਮਤ ਵੀ ਕਿਸਮਤ ਦੀ ਕਿਸਮਤ ਵਰਗੀ ਆ ਯਾ ਕੁਝ ਹੋਰ?

ਜ਼ਿੰਦਗੀ ਮੈਂ ਤੇਰੇ ਬੜੇ ਰੰਗ ਦੇਖੇ,
ਕੁਝ ਚੰਗੇ ਤੇ ਕੁਝ ਮਾੜੇ ਦੇਖੇ,
ਕਈ ਕਰਗੇ ਮਾੜੀ, ਮੈਂ ਓ ਮਾੜੇ ਯਾਰ
ਦੇਖੇ।
ਹੁਣ ਮਿਲਾਂਗੇ ਰੱਬਾ ਤੇ ਪੁਛਾਂਗੇ ਤੈਨੂੰ,
ਕਿਉਂ ਭੇਜਿਆ ਮੈਨੂੰ ਇਹ ਹਾਲ ਦੇਕੇ,
ਕਿਉਂ ਕਿਸਮਤ ਐਨੀ ਬੇਕਾਰ ਦੇਕੇ।
ਕੇ ਐ ਜ਼ਿੰਦਗੀ ਮੈਂ ਤੇਰੇ ਬੜੇ ਰੰਗ ਦੇਖੇ।

ਚੱਲ ਮੈਂ ਤੈਨੂੰ ਆਪਣਾ ਸ਼ਹਿਰ ਘੁਮਾਵਾਂ।
ਮਾਤਾ ਗੁਜਰ ਤੇ ਓਹਨਾ ਦੇ ਪੋਤਿਆ ਨੇ,
ਕੱਟੀ ਜਿੱਥੇ ਰਾਤ,
ਚੱਲ ਤੈਨੂੰ ਓ ਕੋਤਵਾਲ ਦਿਖਾਵਾਂ।
ਤਨਯਾ ਦੇ ਪਕੌੜੇ ਤੇ ਪੱਪੂ ਦੀ ਚਾਹ ਪਿਲਾਵਾ।
ਕੇ ਰੋਪੜ ਲਵੇ ਵਗਦਾ ਜੋ,
ਸਤਲੁਜ ਤੈਨੂੰ ਦਰਿਆ ਦਿਖਾਵਾਂ।
ਚੱਲ ਮੈਂ ਤੈਨੂੰ ਆਪਣਾ ਸ਼ਹਿਰ ਘੁਮਾਵਾਂ।
ਚੱਲ ਮੈਂ ਤੈਨੂੰ ਮੋਰਿੰਡਾ ਘੁਮਾਵਾਂ।

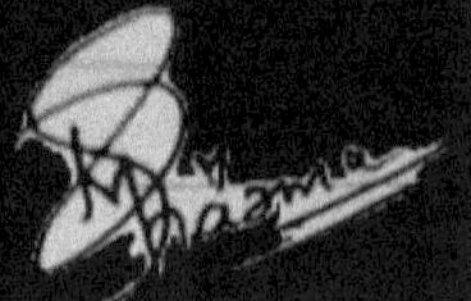

www.ingramcontent.com/pod-product-compliance
Lightning Source LLC
LaVergne TN
LVHW070937160826
845679LV00021B/1828
9798897444168